ஆ வலிக்குது !
ஆறின் அதீதம்

மதுரம் (சக்திவேல்
மாரியப்பன்)

ஏலே பதிப்பகம்

ஆ வலிக்குது ஆறின் அதீதம் – கவிதை
© மதுரம் சக்திவேல் மாரியப்பன் 2021
எழுத்தாளர்: மதுரம் சக்திவேல் மாரியப்பன்

முதல் பதிப்பு: அக்டோபர் 2021

வெளியீடு:
ஏலே பதிப்பகம்
5/175, பாத்திமா நகர்,
கூத்தென்குழி,
திருநெல்வேலி – 627104
தொடர்புக்கு: 9944992571

Aahh valikkuthu Aarin Aathitham - Poetry
All CopyRights Reserved By
© Madhuram Sakthivel Mariyappan 2021
Author: Madhuram Sakthivel Mariyappan
First Edition: October2021

Published By:
Aelay Publish
5/175, Fathima nagar,
Kuthenkuly,
Tirunelveli -627104
Phone: 9944992571

Design And Executed by

ISBN : 978-93-5533-058-1
Page : 75

ஆசிரியர் குறிப்பு

எழுத்தாளர் : சக்திவேல் மாரியப்பன்
எழுதுகோல் : மதுரம்
பிறப்பு   : 25-கார்த்திகை-1996

தாய்த்தமிழ் கருவாகி, உருவாகிய
தென்றலின் தேனமுதாய் விளங்கும்
பொதிகையின் பிறப்பிடமான தென்காசியே
இவரது அமைவிடம் ஆகும்."அர்த்தமுள்ள
வரிகள்" எனும் புனைப் பெயரில், தாம் கற்ற
தமிழின் இனிமையை கவியின் வாயிலாக
காண்போருக்கு விருந்தாக்குகிறார்.

இவர் இருபதிற்கும் மேற்பட்ட தொகுப்பு
புத்தகங்களில் இணை ஆசிரியராகவும்,
இரண்டு தொகுப்புப் புத்தகத்தின்
தொகுப்பாளராகவும் அங்கம் வகித்தவர்.

இவர் "சொல் வித்தகர்", "காவிய நாயகன்",
"புத்தாக்கக்கவி", "எண்ணங்களின் சங்கம்",
"காமராசர் விருது" மற்றும் "செம்மொழி
விருது" ஆகிய விருதுகளைப் பெற்றுள்ளார்.

"ஊற்றெடுக்கும் உள்ளத்தில் ஊறில்லா
உதவியே சீறில்லா பெயராகும்" என்பதே
இவரது குறிக்கோள். அகத்தின்
வெளிப்பாடாய், அன்பின் உருவகமாய்
அகிலத்தில் அடியெடுப்பதே இவரது
நோக்கமாகும்.

அணிந்துரை

சொற்களை சிந்தனைகளில் புகுத்தி, சிந்திக்க தூண்டுபவர் எழுத்தாளர் சக்திவேல் மாரியப்பன். நம் புத்தக எழுத்தாளரிடம் எப்போதும் சொல் வளம் செழித்தே காணப்படும்.

இதற்கு முன் இரண்டு கவிதை நூல்களில் தொகுப்பாளராக இருந்து புத்தகத்தை வெளியிட்டுள்ளார். இவரது கவிதைகளில் சொல்லாடல் என்னை வெகுவாக கவரும். எழுத்துக்களில் சிந்தனையை சீவி விடும் கருத்துக்கள் மேலோங்கிக் காணப்படும்.

"ஆ வலிக்குது! ஆறின் அதீதம்!!" என்ற இந்த புத்தகத்தின் வாயிலாக வாழ்க்கைப்பயணத்தில், நாம் கண்டும் காணாமல் செல்லும் சில அன்பு உள்ளங்களின் வலியை எழுத்துக்கள் மூலமாக நம்மிடம் கொண்டு வந்து சேர்க்கிறார் எழுத்தாளர். இந்த வலி புத்தகத்தின் இறுதிவரை நம்மை உட்புகுத்தி செல்கிறது.

"கருணை இழந்த கடவுளே - உலகில்
மனம் இழந்த மனிதன்!

வாழ்வை இழந்த தேடலே - வலியில்
புலன் இழந்த உடல்!"

- ரஞ்சனி பழனிச்சாமி
கவிஞர்
கரூர்.

தெளிவுரை

சிறு துவக்கம் தொட்டு,
பெரும் பதக்கம் வரை,
தேடல் பயணம் தொடர்ந்து கொண்டிருந்தது.

பயணங்களின் பாதையில்,
பள்ளங்களுக்கும், மேடுகளுக்கும்
பஞ்சமில்லை!

பயணம் நெடிது! ஆகையால்,
இளைப்பாற அமர்ந்தால் இறுதியை
எட்ட காலம் கடக்கும் என்று எண்ணி,

பயணத்தை இனிமையாக தொடர
பாதையை ரசிக்கவும்,
ருசிக்கவும் தொடங்கினேன்.

பயணமும் இனிமையானது;
பாதையும் தெளிவானது!

பயணம் தொடர்ந்தது; வழியில் தீடீரென,

"ஓர் கூக்குரல்!
ஓர் வலி!
ஓர் ஏக்கம்!
ஓர் கண்ணீர்!
ஓர் சோகம்!
ஓர் பயம்! "

உணர்ச்சி மிக்க உள்ளங்களின் வலிகளும்,
அதன் மனம் தேடும் வழிகளையும் விளக்கி
கூறும்
வீணையே இப்புத்தகம்.

- சக்திவேல் மாரியப்பன்.

வாழ்த்துரை

மாணவன்(பெருமைக்குரிய) சக்திவேல் மாரியப்பன் இயந்திரப் பொறியாளர் அவர்கள் எழுதி வெளியிடும் நூல் ஆ வலிக்குது! ஆறின் அதீதம்!! இத்தலைப்பு சக்திவேல் மனதுக்கும் பொருந்தும்.

இந்நூலில் இடம்பெற்றுள்ள கவிதையில் எதுகையும், மோனையும், இயையும் கலந்து தேமதுரமாக இனிக்கிறது.சக்திவேல் பெயருக்கு ஏற்ப அவருடைய படைப்பு(ஆ வலிக்குது! ஆறின் அதீதம்!!) நிதானமான, திறமையான, தீவர தாராள கருத்துக்களை உள்ளடக்கியது.

கவிதைகளை வெறும் கவிதையாக பார்க்கவில்லை. ஒரு தத்துவ விசாரணைகள் அதற்குள் இருக்கிறது.அவருக்குள்ளே இருப்பதை உணர்த்த முடிகிறது அதில் மனிதத்தையும் உணர முடிகிறது.

உலகம் என்பது உயர்ந்தோர் மாட்டே! என அறைகூவல் விடுத்த நிலத்தில் சிறயோர் கொற்றமே நடக்கிறது.இதற்கு மீண்டும் விடை காண வந்தவர்களில் ஒருவராய் எனது அருமை மாணவன் சக்திவேல் மாரியப்பன் காட்சியளிக்கிறார்.
வாழ்க வளத்துடன்!

- இராஜ்குமார்
தமிழ் ஆசிரியர்
தென்காசி.

பொருளடக்கம்

1.பயணத்தின் துவக்கம் பார்வையில் இருந்தே!

காரிருள் திரண்டு இருண்டு போன
இதயத்தின் பசியினை, கரும்புள்ளியும்
(கருவிழி) தீர்க்கும்
கண்கள் உணர்த்தும் காட்சிகளால்!

" நினைத்துப் பார்த்தேன்
மனதில்,
மலைத்து போனேன்
நினைவில்,
களைத்துப் போனேன்
கருவில்,
அனைத்தும் பேசியது என்
அருகில்,
கண்கள் கண்ட காட்சிகளால் "

கருவில் முட்டி முட்டி,
திசை தெரியாது பயணித்த கனங்களின்
இருண்ட காலம் கடந்தபின்,
மனதில் நினைப்பது அனைத்தும் எதிரே
நிகழ,

அதை உருகி உருகி,
பருகும் பார்வையிலே!
எனது பயணமும் துவங்குகிறது...

2.விழியின் வலி
வலியின் மொழி!

காக்கையும் கரைய,
காரிருளும் கலைய,
கதிரவனும் நிறைய,
இருள் நீங்கி வண்ணப்பொலிவுடன்
துவங்கிய காலை நேரம்.

விருவிருப்பாய் இயங்கிக் கொண்டிருந்தது
இயற்கையின் தாகம்!

" பொருள் தேடி சிலர்
புகழ் தேடி சிலர்
வழி தேடி சிலர்
வலி மறக்க சிலர்
பசி ஆக்க சிலர் "

இவ்வாறு இயங்கிக் கொண்டிருந்தது.

நானும் எனது தேடலைத்
தேட ஆயத்தமாகி,
சாலையில் எனது நடைபயணத்தை
தொடங்கினேன்.

ஊர்ந்து செல்லும் வாகனங்களை,

கூர்ந்து நோக்கிக் கொண்டே சென்றேன்
சிந்தனை இன்றி!

திடீரென எனது பாதங்கள்
என்னைத் தடுக்க!
எனது கண்கள் கண்ட காட்சியோ!

" கண்ணிற்கு கரு வண்ண கண்ணாடி இட்டு,
கைத்தடி ஒன்றைத் தரையில்
தட்டித் தட்டி,
இரு பாதங்கள்
மெல்ல மெல்ல ஊர்ந்து சென்றது "
இதனை கண்டதும்,

மனதில்
ஒரு மாறுபாடு!
ஏன்?
இந்த வேறுபாடு!

என்று உள்ளம் கேட்கையில்,

சற்றே நின்ற அந்த பாதங்கள் அருகில் ஓர்
மரத்தின் அடியில்,

பாதி நொறுங்கிய
மீதி சிதறிய திண்ணையில்
அமர்ந்தது.

'ஆயத்தமான நானோ!
ஆவல் கொண்டேன்
அந்த இதயத்தின்
இணையம் காண!'

அமர்ந்தேன் அவர் அருகில்
அசையாதவாறு!

சிறிது நேரம் அமைதியாக இருந்தேன்.
விழிகளின் விளிம்பில் நீரோடியது,
கண்களில் வழிந்தோடிய நீரின்
கறை அறியாது விழித்துக்
கொண்டிருந்த வேளையில், அந்த நபரின்

அம்மா! ஐயா!
என்று அழைக்கையில்,
ஐம்பூதங்களுக்கும் ஆற்றல்
இல்லாதது போல் ஓர் உணர்வு!

உள்ளுக்குள்,
ஓர் கூக்குரல்!

ஏன்?
இந்த பிறப்பு;
ஏன்?
இந்த மறுப்பு;

என்று உள்ளம் கூக்குரல் இட,
வந்தவரோ!
இல்லை என்று இசையிட்டு செல்ல
வாடிப் போன அவரோ
வருவோருக்காக காத்திருந்தார்.

வெகுநேரம் ஆனது;
எவரும் வரவில்லை!
சலித்துப் போன அவர் கைத்தடியில்,
தலையை சாய்க்க!

நானோ ஐயா, என்று அழைக்க!

அவரோ
ஐயா! பசிக்கிறது;
உணவு வாங்கித்தர இயலுமா? என்று கேட்க,

நான் எனது மதிய சிற்றுண்டிக்காக
வைத்திருந்த உணவை எடுத்து அவருக்கு
கொடுத்தேன்.

" புன்னகை புரிந்த அவரை
கண்ட நானும்
மென்னகையில் பூரித்தேன் "

உணவு உண்டபின், அவர்
ஐயா, மிக்க நன்றி!

**" உயிர்ப்பிக்க உணவளித்த
உறவே!
உன் திருக்கரம் பலநூறு பயிரிடட்டும்! "**

என்று கூற ஏதும் அறியாத நானோ அவரிடம்
அப்படியென்றால் என்ன?
என்று கேட்க!

அவரோ
நான் உயிர்வாழ எனக்கு உணவளித்த தங்கள்
கரங்கள் இன்னும் பலநூறு உயிர்களின்,
பசியை நீக்கட்டும் என்று கூறினார்.

நன்றி! ஐயா,
என்று கூறிவிட்டு, அவரிடம்

தாங்கள் ஏன் யாசகம் வேண்டுகிறீர்கள்?

தங்களைப் பற்றி நான் அறியலாமா?
என்று கேட்டேன்

சற்று அமைதி காத்தார்;
பின்னர்,

   " படைத்தவனே பார்வை பறித்தான்;
   பெற்றவரை பாதியில் எடுத்தான்;
   உற்றவரை உயிரில்லா அடைத்தான்;
   மற்றவரை மன்றாடு என்றான்! "

என்று கூற,
எதுவும் புரியாத நான்!

ஐயா!
புரியவில்லையே என்றேன்.

சிரித்தப்படியே! அவர்

   'பிறக்கும் போதே பார்வை இழந்தேன்;
   பிறந்தபின் பெற்றவரை
   இழந்தேன்;
   வளரும் போது உறவை
   இழந்தேன்;

வயிற்றிற்காக ஏந்தி நிற்கிறேன் கைகளை
மற்றவரிடம்!'

என்று கண்ணீர் மல்க கூறினார்.

ஐயா!
நிதானமாக இருங்கள் என்று ஆறுதல் கூறி,
அமைதிபடுத்த சற்றே அமைதியானார்.பின்
எனது கரங்களை பற்றி,

பார்வை அன்றி பழித்தோர் பல;
சேவை இன்றி விழித்தோர் சில; ஊமையாகி
ஊர்ந்தனர் பல; நிலையாகி நின்றவர்
நின்னைப் போல் ஒருவரே!
என்று கூற ஐயா புரியவில்லையே!

குருடன்!
பிச்சைக்காரன்!
விழி பிதுங்கியவன்!
என்று பலர் கூற,

ஐயோ!
பாவம்!
இறைவா!
என்று கூறி நின்றவர் சிலர்,

கண்டும் காணாது!
கேட்டும் கேட்காது!

கண்டு கொள்ளாமல் சென்றவர் பலர்,இதை
தாண்டி,

பசி போக்கி!
பிணி நீக்கி!
உள்ளம் உருகி!
உடன் நின்றவர் நீங்கள் ஒருவரே!
என்றார்.
நன்றி ஐயா!

தங்களிடம் எனக்கு சில கேள்விகள் உள்ளது
கேட்கலாமா? என்றேன்;
அவரும் இசைந்திட, எனது கேள்வியும்
தொடங்கியது.

பார்வை இல்லாததால் எதை
இழக்கிறீர்கள்?

இருள் சூழ்ந்த காட்டில்
வெளிச்சம் தேடும் நான்!
கண்ணை இழந்தேன்! அதனால்,
பொன்னை இழந்தேன்;
பொருளை இழந்தேன்;

திசை இழந்தேன்;
தினம் இழந்தேன்;

உணவு இழந்தேன்;
உடை இழந்தேன்;

உறவையும் இழந்தேன்;
உயிர் மட்டும் உடன் உள்ளது உலகிற்காக!
என்றார்.

உங்களின் நோக்கம்?

நோயுள்ளவனுக்கு
நோக்கம் ஏதும் இல்லை!

உயிர் உள்ளவரை, உள்ளம் கலங்காமல் உறவு
கொள்ள
உயிர் ஒன்றை தேடுகிறேன்
என்றார்.

ஏமாற்றம் கண்டது உண்டா?

ஆம்,
ஒரு நாள் பசிக்கு உணவு கிடைத்த போது,
அதை பிடுங்கி ஓடினார் ஒருவர் அப்போது
கண்டேன்.

வலி கண்டது உண்டா?

ஆம்,
வயிற்றிற்காக, கையேந்திய போது
வலிய பிரம்பால் அடித்த
ஒருவரால் உணர்ந்தேன்.

வேதனை கண்டது உண்டோ?

வேடிக்கையான வாழ்வில்,
வேதனை மட்டுமே மிச்சம்!

வேகமாய் செல்லும் மருத்துவ அவசர ஊர்தி
ஒலி கேட்டதும்,
உயிருடன் நடக்கும் போராட்டம் கண்டு
வேதனை கொள்வேன்.

தங்களின் தேடல் என்ன?

வர்ணத்தை தேடுகிறேன்;
வானை தேடுகிறேன்;

நிலவை தேடுகிறேன்;
நிறத்தை தேடுகிறேன்;

இருள் இல்லா உலகில்,
உயிர் உள்ளவரை உணவைத் தேடும் நான்!

மனிதர்கள் பற்றி தங்களின் கருத்து?

நிலையில்லாத பொருளை
நிலையென கருதி,
நினைவில்லாமல் கடக்கின்றனர்
நிகழ் காலத்தினை!

தாங்கள் வேண்டும் வரம்?

கொஞ்சிப் பாடும் கிளிகள்;
கூக்குவென கூவும் குயில்கள்;

சுட்டெரிக்கும் சூரியன்;
பட்டுத் தூவும் சந்திரன்;

ஓயாத அலைகள்;
ஓடாத சிலைகள்;

படராத செடிகள்;
படரிய கொடிகள்;

ஓங்கிய மரங்கள்;
ஒடுங்கிய கிளைகள்;
சுடராக நிலைத்த
சுவையாகிய இவைகளை கண்டு,

அதை மென்று ருசிக்க வேண்டும்
என்பதே நான் வேண்டும் வாழ்க்கையின்
வரம்!

நன்றி ஐயா!
தங்களின் உள்ளம் உறைந்த
உணர்வுகளை எனக்கு வெளிச்சம்
காட்டி,

எனக்கோர் அற்புத அனுபவத்தை
அளித்ததற்கு என்று கூறி,

எனது பயணத்தை மீண்டும்
தொடர்ந்தேன்…

3.செவியின் தடை
தடையின் நிலை!

நிகழ்ந்தது அனைத்தையும்
நினைவில் கொண்டு, சென்று
கொண்டிருந்தேன்.

வழியில்,
ஓர் சிற்றுண்டி ஊர்தியில்,
மதிய சிற்றுண்டி வாங்குதற்காக நின்றேன்.

திடீரென
ஓர் அறைகூவல்!

ஏய்!
உனக்கு சொன்னால் புரியாதா?
இந்த இடத்தை விட்டு நகரு! என்று
ஆழிப்பேரலை போல்,

ஓர் அதிகார குரல்!

யார்? அவர்
என்று தேடினேன்;
அந்த சிற்றுண்டி உணவகத்தின்
உரிமையாளர்; எதிரில்,

" கண்ணம் சுருங்கி
கைகள் தொங்கி
விழிகள் மூழ்கி

விண் பார்க்க முடியாமல்
கூனிப் போன முதுகினை
தாங்க முடியாமல்
நின்ற பாதங்களுடன்
தவித்த தாரகையை!
(வயது முதிர்ந்த பெண்ணை) "
கண்டேன்.

ஏக்கங்கள் நிறைந்த கண்கள்,
ஏமாற்றத்துடன் நிற்பதை!

ஏன்? ஐயா!
அவர்களை கடிந்து கொள்கிறீர்கள் என்று
கேட்க,

அவரோ!
நானே கால தாமதாக வந்ததால
எனது வியாபாரம் பாதி வீணாகி
நின்னுட்டு இருக்கேன்.
முதல் வியாபாரம் கூட,

இன்னும் துவங்கல!
அதுக்குள்ள, இந்த

" செவுட்டுக் கிளவி
காலையிலயே பசிக்குது
எதாச்சுக் குடு-னு
கைய நீட்டிட்டு இருக்குறா
செவுடி "
என்று கூற,

நானோ! ஐயா!
சற்று அமைதி காணுங்கள் என்று கூறி, அந்த
வயதான பெண்ணிடம்,

அம்மா!
உங்களுக்கு என்ன வேண்டும் என்று கேட்க,

அந்த உரிமையாளர்,
அது 'செவுட்டு மூதேவி'
காது கேட்காது!
இங்கதான் திரியும்.
சோறு கேட்டு பிச்சை எடுக்கும்
எல்லாரு கிட்டயும் வாங்கிக் கெட்டும்.

ஆறு மாசத்துக்கு முன்னாடி காலையிலயே,
இந்தக் கிளவியோட புள்ள வந்து இந்த
ரோட்டுல இவள
விட்டுட்டு போனான்.

அவன்
இங்க விடுறப்போ,
இவ அவனோட கைய புடிச்சுட்டே
இருந்தா விடாம!

கோவபட்ட அவன், இவள

**" காலால எட்டி மிதிச்சான்;
கையால ஓங்கி அடிச்சான்;
ஒடுங்கிப் போன இவ
ரோட்டு ஓரமா போய் உட்காந்தா! "**

ஆஆஆஆ-னு
கத்த!
ஓஓஓஓ-னு
அலற!

ஒருத்தரும் வரல
இவளுக்கு உதவி செய்ய!

கொஞ்ச நேரத்துக்கு அப்பறம்
பார்க்க பாவமா இருக்கே-னு
நான் தான் இவளுக்கு நாலு இட்லி
குடுத்து சாப்பிட சொன்னேன்.

'கண்ணு முழுசா தண்ணீயோட
வாய் முழுசா கோழை வடிய
கால் ரெண்டையும் நீட்டிட்டு

நரைச்சி கலைஞ்ச முடிய
முடிச்சிப் போட்டுட்டு இட்லிய தின்னா
இவ!'
அப்படினு அவர் கூறி முடிக்க,

சரி ஐயா!
நான்கு இட்லி கொடுங்கள் என்று
அதை வாங்கி அந்த மூதாட்டியிடம்
கொடுத்தேன்.

அதை வாங்க மறுத்தார்
அந்த மூதாட்டி!

ஏன்?
இவர்கள் வாங்க மறுக்கிறார்கள்
என்று கேட்க,

அவர்,
முன்ன பின்ன
தெரியாதவங்க கிட்ட,
அது எதையுமே வாங்காது;
என்கிட்டயும், இங்க ஒரு நாலு அஞ்சி பேர்
கிட்ட தான் வாங்கும் என்றார்.

நானோ!
மூதாட்டியின்
இரு கரங்களைப் பற்றி
உணவை கொடுக்க, அதுவோ

" பல் இல்லா புன்னகையில்,
பவித்திரம் கொடுக்க "

கண்ட காட்சிக்கு,
கைம்மாறு வேண்டாத
கள்வனாகி நின்றேன்; அந்த புன்னகையின்
சுவையைக் களவாட!

இரு கரம் கூப்பி,
கண்ணீர் மல்க
வணங்கியவரைக் கண்டு தேகம் சிலிர்த்தது.

" பெற்றெடுத்த பிள்ளையோ
தெருவில் விட!
உணவு கொடுத்தவரோ
செவிடி என்க!
அவப்பெயர் பல கேட்டு
அசைந்தாடும் அழகி
இவளோ! "
என்று மனதுக்குள் கானம் பாட
நன்றி கூறி நகர்ந்து சென்றேன்...

4.மொழியும் இல்லை போக வழியும் இல்லை!

நடந்ததை நினைத்துக் கொண்டு
நகர்கையில்,

திடீரென,
ஏங்கி! ஏங்கி!
தேம்பி! தேம்பி!
ஓர் அழுகுரல் ஓசை
ஆழ்மனதைக் கிழித்தெடுக்க
அசையாது நின்றேன்.

அருகில் இருந்த
ஓர் அடுக்குமாடி குடியிருப்பு வாசலில் நின்று,
ஒரு பெண் அழுது கொண்டிருக்க,

அவர்கள் அருகில் ஆறு வயது மதிக்கதக்க
குழந்தையும், அந்த பெண்ணின் கண்ணீரை
கண்டு
கண்ணீர் வடித்துக் கொண்டிருந்தது.

" அழுக்குப் புடவையில்
அன்பான முகம்!
கருவறை கிழித்தும் காணாத
கண்ணீரின் தாக்கம்
நெஞ்சு எழும்பு இல்லாமல்

நெருடிக் கொண்டு இருந்த
வதனம்(முகம்) "

ஒரு புறம் இருக்க,

மறுபுறம்

" வெளிரிப் போன உடையில்,
கருமை படர்ந்த முகத்தில்,
கண்ணிற்கு மை இட்டு,
முகத்திற்கு வெள்ளைப் பூசி,
கழுத்தில் பத்துகாசு பாசிமணி பூட்டி,
ஐந்தாறு வயது குழந்தை நின்றது
அழுதுகொண்டே! "

என்ன ஆயிற்று?
ஏன் அழுகிறீர்கள்?
என்று கேட்க,
அந்த குழந்தை,
எங்க அம்மாவிற்கு பேச வராது!

நீங்கள் யார்? என்று
அழுது அழுது,
கண்ணீர் வடுவாகிய
முகத்துடன் கேட்க!

நானோ!
இவ்வழியே நான் சென்று
கொண்டிருந்தேன்; அழுகுரல் கேட்டு
இங்கு வந்தேன்.

எதற்காக அழுகிறீர்கள்?
என்று கூறினால், என்னால் முடிந்த உதவியை
செய்ய முற்படுவேன் என்றேன்.

அந்த குழந்தை

'ஆமா நீ என்ன
பள்ளிக்கூடமா வச்சிருக்க
எங்களுக்கு உதவி செய்ய'
என்று கேட்க,
ஏனம்மா?
கொஞ்சம் தெளிவாக கூறுங்கள் என்றேன்.

இதான்
என் அம்மா! அப்பா இல்ல!
இங்க பக்கத்துல தான்
எங்களோட ஊடு இருக்கு.

ஊட்டுல,
நானு, அம்மா, தம்பி
மூணு பேரு தா

அம்மா
இங்க இருக்க பெரிய ஊட்டக்கலாம் சுத்தம்
பண்ண போவும்.

சோத்துக்கே பத்தாது அது!

ஆனாலும், எங்க அம்மா எங்களுக்கு
நாங்க கேட்டத வாங்கித் தரும் கடன்
வாங்கியாச்சி!

எங்க அம்மாக்கு நான் பள்ளிக்கூடம்
போவனு-னு ரொம்ப ஆச!

அதனால எல்லாரு கிட்டயும்
போய் கேட்டுச்சு,
எந்த பள்ளிக்கூடம் நல்ல
பள்ளிக்கூடம்-னு!

எல்லாரும் இந்த பெரிய வூட்டுக்காரு
பள்ளிக்கூடத்த சொல்லிச்சுங்க,

'எங்க அம்மாவும் இங்க
பாத்ரும் கழுவ வரும்'

இங்க இருக்க முதலாளி அம்மா
நல்லா பேசும்-னு சைகை-ல
சொல்லும் எப்போவாச்சி.

எல்லாரும் இவங்க பள்ளிக்கூடத்த
சொல்ல, எங்க அம்மா ரொம்ப
சிரிச்சிட்டே

என்ன பள்ளிக்கூடத்துல
சேர்க்கனு-னு,
இங்க கூட்டிகிட்டு வந்துச்சு,

எங்கிட்ட இருந்த
புது துணிய போட்டுவுட்டு!

உள்ள போவனு-னு
வெளிய இருந்த ஆளு கிட்ட கேட்டோம்.

'நேத்து தான பாத்ரும் கழுவுன! இன்னைக்கு
எதுக்கு வந்த
ஊமச்சி-னு!'

சத்தமா கத்திட்டு,
தினசரி வந்து காசு புடுங்கலா-னு வந்தியோ-
னு கேட்டாரு,
அம்மா பயந்திருச்சி!

நா அவருட்ட,
இல்ல என்னைய பள்ளிக்கூடத்துல சேக்க
இங்க வந்தோ-னு சொன்னே!

அவரு
ஒரு மாறி சிரிச்சிட்டு,

" ஊமைச்சி புள்ளைக்கு,
உசந்த பள்ளிக்கூடம் கேக்கோ-னு "

சொல்ல,

உள்ள இருந்து ஒரு அம்மா
எங்கள பாத்துட்டு உள்ள கூப்புட்டுச்சு!

உடனே இந்த ஆளு,
போங்க ஒட்டுப்பூச்சிகளா-னு சொல்லி
போ சொன்னாரு வூட்டுக்குள்ள போனதும்,

அந்த அம்மா எங்கள
உட்கார வைச்சு,
என்ன சாப்பிடுறீங்க-னு கேட்க,

வூட்டு மாடில இருந்து,
கோட்டு சூட்டு போட்டு
ஒருத்தரு வேகமா கீழ வந்து,
ஏ! எந்திரி!
உன்ன யாரு உள்ள விட்டா அதும்
சோபா-ல உட்காந்திருக்க-னு,
வீட்டுக்கார அம்மாவ முறச்சிட்டு
கத்த!

நாங்க!
கை, காலுலாம் நடுங்கி
எந்திச்சோம்.

" என் வீட்டு பாத்ரூம்
கழுவுறவ
என்ன பார்க்க வரவங்க
உட்காருர சோபா-ல
உட்காந்திருக்க
வாய் தான் பேச வராது
மூளையும் இல்லையா
முட்டாள் "

அப்படினு சொல்லிட்டு,
என்ன வேணும்-னு?
கேட்க,

நா
உங்க பள்ளிக்கூடத்துல
சேரனும்-னு சொன்னே!

**" அம்மா தான் ஊமை-னு பார்த்தா
பொன்னு பைத்தியமா இருக்கா "**
அப்படி சொல்லிட்டே சிரிக்க!

நா
பைத்தியம் இல்ல!
நல்லா படிப்பேன்! சேர்த்துக்குவிங்களா-னு
கேட்டேன்.

" அட ஊமை பெத்த
கிறுக்கே
நீ என்ன இனம்
தெரியுமா
என் முன்னாடி நிக்கவே
தகுதி கிடையாது
என் வீட்டுக்கு வந்து
என்கிட்டயே பதில் பேசுறியா "

என்னோட பள்ளில உயர்ந்த
இனத்தவங்களும், பணம் உள்ளவங்களும்
தான் படிக்க முடியும்.

'உங்கள மாதிரி பரதேசி
இல்ல பைத்தியங்களா'
வெளிய போங்க!

" நீங்க நின்ன இடத்தையும்
கழுவிட்டு போ
ஊமைச்சி!
காச வாங்கிட்டு இடத்த
காலி பண்ணு "
சொல்லிட்டு போனாரு!

எங்க அம்மா!
அழுதுட்டே வெளில வந்துச்சு;

எங்க அம்மா அழுச்ச,
எனக்கும் அழுகயா வருதுனு!

சொல்லியது, அந்த குழந்தை!
முகம் முழுசா வீக்கத்தோட!

ஏன்?
எல்லாரும் எங்கள துரத்துறாங்க!

படிக்க பள்ளிக்கூடம் தான கேட்டோம்!

ஏன்?
அழுக்குறாங்க பேச விடாம!

அவரு எங்கிட்ட,
இனம்-னு சொன்னாரு
அப்படினா என்ன?

இப்படி அடுக்கடுக்கா கேள்வி கேட்க!

" **தன்னை உணராத வயதிற்கு,
இத்தனை தவிப்பு!
உண்மை உணராத உள்ளத்திற்கு,
இத்தனை மறுப்பு!
இளமை இரத்தத்தில்,
இனத்தின் திணிப்பு! "**

ஏன்? இப்படி ஓர் சோகம் என்று
எனக்குள் தோன்ற!

அவர்களிடம்,

அம்மா!
அரசுப் பள்ளி உள்ளது;
அங்கு சிறந்த ஆசிரியர்கள் சிறப்பாக கற்றுக்
கொடுக்கிறார்கள். அங்கு சேருங்கள்
குழந்தையை என்று தெளிவாய் கூற,

" வாடிப் போன பயிரில்
மழைத்துளி பட்டு,
மீண்டும் தளிரிட்டு,
விண் நோக்குவது போல
மலர்ந்தது!
மொழியில்லா பேதையின்
முகமும்! "

அவர்கள் சென்றபின்,

இனம் என்பதை,
எரித்து விடுவாய் இறைவா!

என்று எண்ணி நகர்ந்தேன்...

5.செயலும் இல்லை,
பலனும் இல்லை!

பாதை நோக்கி!
பயணித்தேன்.

பவ்யமான இரண்டு உருவங்கள்
உலா வந்தது!

" கைகள் இன்றி
நடையாக!
கால்கள் இன்றி
இருக்கையாக!
இணைந்து
இன்பமான பயணத்துடன்! "

இரண்டு கால்கள் இல்லாமல் ஒருவர்;
அவரை தூக்கியபடி இரண்டு கைகள்
இல்லாமல் ஒருவர் நடந்து வந்தார்.

பேசி சிரித்துக் கொண்டே!

ஆச்சர்யம்!
குணம் உள்ள மனிதரையும்,
குறை கூறும் உலகில்,

இயற்கையின் சதியால்
உடலில் குறை இருந்தும்,
மனது நிறையாகி, மகிழ்வுடன் வந்த
இவர்களை கண்டவுடன்

அலைகடல்
எனது பாதத்தை
தழுவியது போல,
உள்ளுக்குள் ஓர் மகிழ்ச்சி!

அவர்களுடன் பேச வேண்டும் என்று
மனதுக்குள் தோன்ற!

என் அருகில்,

வந்த அவர்களை நிறுத்தி!
என்னை அறிமுகம் செய்து,

அவர்களை பற்றி கேட்க

அவர்களும்,
எங்களுக்கு வயது இருபத்து இரண்டு; இங்கு
உள்ள ஆசிரமத்தில் வசிக்கிறோம்!

இருவரும் ஆசிரமத்தில்,
நண்பர்கள் ஆனோம்!

தினமும் காலையில்,
ஒரு மணி நேரம்
நடைப்பயணம் செல்வோம் என்றார்.

காலை உணவு உண்டீர்களா?
என்று நான் கேட்க!
நடைப்பயணம் முடித்து
இளைப்பாறிவிட்டு,
ஆசிரமத்தில் உள்ள அனைவரும்
ஒன்றாக அமர்ந்து,

உணவு அளித்த இறைவனுக்கு,
நன்றி!
சொல்லிவிட்டு தான் உண்போம் என்க!

சரி,
உங்களுக்கு தாய், தந்தை

எவரும் இல்லையா?
என்று கேட்டேன்.

சற்றே
சிந்தித்த பின்னர்,

நான் பிறக்கும் போதே
கைகள் இல்லாமல் பிறந்தேன்;

எனது தாயோ!

           " முடத்தை கட்டிக் கொண்டு
             நாம் முழு வாழ்க்கையும்
              வீணடிக்க முடியாது "

இதை எங்கயாவது வீசி விடுங்கள் என்று
சொல்ல!

தந்தையோ குப்பைத் தொட்டியில்,
என்னை போட்டார்களாம்!

இதை கண்டு
வருந்திய எனது பாட்டி,

என்னை இந்த ஆசிரமத்தில் கொண்டு வந்து
விட்டு, நடந்தை கூறிவிட்டு அவர்களிடம்
இருந்த

'நூற்று இருபது ரூபாய் பணத்தை
கொடுத்தார்களாம்'

அப்படினு,
எங்க ஆசிரம அம்மா
சொல்லுவாங்க!
அப்படி சொல்லி முடிக்க!

முதுகில் இருந்தவர்,
நான் பிறவியிலே
கால்களை இழந்தேன்;

இருந்தாலும்,
எனது பெற்றோர் ஆறு வயது வரை என்னை
வளர்த்தனர்.

சின்ன வயசுல இருந்தே
என்னோட குறையால!
அம்மாவுக்கும், அப்பாவுக்கும்,
சின்ன சின்ன சண்டை நடக்கும்.

" உன்னோட புள்ள
உன்ன மாதிரியே இருக்கானு
அம்மா சொல்ல!
உன்னோட குறையால தான்
உன் புள்ள இப்படி இருக்கானு
அப்பா சொல்ல! "

நீ இப்படியே சொன்ன
நா வேற ஒருத்தன கல்யாணம் பண்ணிட்டு,
போயிருவேன்-னு அம்மா சொல்ல!

போய்த் தொல!
அப்போவாச்சு
நா!

**" இந்த நொண்டி பயல
தூக்கிப் போட்டுட்டு
நிம்மதியா இருப்பேனு! "**

அப்பா சொன்னாரு!
இப்படியே,
ரொம்ப நாள் நடந்துச்சு.

ஒருநாள் திடீருனு
அம்மாவ காணும்;

அப்பா
எல்லா இடத்துலயும்
போய்த் தேட,
கண்டு புடிக்க முடியல!

பக்கத்து வீட்டுக்காரு,
கோவில்-ல அம்மாவ வேற ஒருத்தரோட,
கல்யாணம் பண்ணத
பார்த்ததா சொல்ல!

கோவப்பட்ட அப்பா!
வீட்டுல உள்ள பாத்திரத்தலாம் தூக்கி கீழ
வீசிட்டு!

         " ஏன்டா நொண்டி பயலே!
          நீ நொண்டியா
          பொறந்ததுக்கு நா தா
          காரணமா!

          உங்க ஆத்தா காரி
          ஓடிட்டா!
          நீ பொறந்ததால என்னோட
          நிம்மதி போச்சு!
          வைச்சிருந்த காசும்
          போச்சு!

          இப்போ என் உசுரயும்
          எடுத்துட்டு இருக்க!
          எங்கயாச்சு போய்த் தொல
          சனியனே! "

அப்படினு சொல்லிட்டே
என்ன தூக்கி வண்டில வைச்சுட்டு,

தூரமா கொண்டு வந்து
யாருமே இல்லாத ரோட்டுல
விட்டுட்டு போய்ட்டாரு!

நா
எப்பவும்,
வீட்டுக்குள்ளயேதா
இருப்பேன்!

அம்மா, அப்பா-தான்
என்ன தூக்கிட்டு போவாங்க!

திடீரெனு வெயிலு!
மேல படவும்,
தாங்க முடியல!
எனக்கு தவழவும் தெரியாது! வெயிலு தாங்க
முடியாம,
நகந்து, நகந்து போனேன்;

" முதமுறை நகந்தேன்
கீழ,
விழுந்து! விழுந்து!
கைய
ஊனி! ஊனி!
நகந்தேன்;
சதை எல்லாம்
கல்லு குத்த!
இரத்த இரத்தமா
சதையில
இருந்து சொட்ட! "

அப்படி நகரும் போது,
வழில இந்த ஆசிரமத்து அம்மா வந்தாங்க!

என்ன பத்தி கேட்டுட்டு! அவங்க
ஆசிரமத்துக்கு கூட்டுட்டு வந்து
வளக்குறாங்க!

"பசிக்கு உணவு தந்து,
இருக்க இடம் தந்து,
உடுக்க உடை தந்து,
அரவணைத்து அன்பை தரும்
அந்த அம்மா! "
அப்படினு அவரு சொல்லி முடிக்க!

அந்த அம்மாவிற்கு
உங்களை கவனிக்கும் அளவுக்கு,

வருமானம் உள்ளதா?
என்று கேட்க,

எங்கள் ஆசிரமத்தில்,
இருபத்து ஏழு பேர் உள்ளோம்.

"எங்களுக்கு உடம்பில் தான்
குறை உள்ளது;
மனதில் இல்லை! "

ஒவ்வொருக்கும்,
ஒரு தனித்திறமை!

தனியே உள்ளது.
அதை பயன்படுத்தி,
வருமானம் ஈட்ட!
அம்மா வழிகாட்ட!
நாங்கள் மகிழ்ச்சியாய் வாழ்கிறோம்.

சரி!
நேரம் ஆகிறது. நாங்கள்
உணவு உண்ணும் வேளை
வந்து விட்டது.

எங்களுக்காக, அங்கு காத்திருப்பார்கள்;
என்று கூறிவிட்டு, கடந்து சென்றனர்.

என்ன?
ஒரு விசித்திரம்!

இயற்கையின் தாக்கம் இப்படியா?

" இயலாமையிலும் ஓர் இன்பம்;
புறக்கணிப்பிலும் ஓர் புரட்சி! "

என்று எண்ணிக் கொண்டே,
விரைந்தேன்...

6.சிந்தை இல்லாது
விந்தையானது!

விரைந்து வந்த
வழியில்,

வித்தியாசமான தோற்றத்தில்,
ஓர் நபர் காவல் நிலையம் வெளியே
பலகையில், அமர்ந்திருந்தார்.

" கைகளில் விலங்கு பூட்டி!
உடைகளில் இரத்தக் கறை பட்டு! "

அமைதியான
உடலைக் கொண்டு,
அடக்கமாக அமர்ந்திருக்க!

எனக்கோ!
ஏன்?
இந்த நபர்
இப்படி உள்ளார்.

" முகத்தில் வன்முறை
இல்லை;
அடக்கத்தில் அன்பும்,
உடையில் எளிமையும்,
பொருந்திய உருவமைப்பு! "
என்று தோன்ற,

காவல் நிலைய வாசல் தாண்டி,
அவர் அருகில் சென்று அமர்ந்தேன்.

காவலர் ஒருவர்,
என்னை புறக்கணிக்க!
நான் என்னைப் பற்றி விளக்கம் கூறி,

இவரிடம் பேச வேண்டும்.
என்று வேண்டி கேட்டேன்,
அனுமதி கொடுத்தார்.

அந்த நபரிடம்,

ஐயா!
தாங்கள் யார்? என்ன நேர்ந்தது?

ஏன் இந்நிலையில் உள்ளீர்கள்?
என்று கேட்க,

மௌனமான முகம்,
துளியும் மாறவில்லை!

**" ஏக்கம் நிறைந்த
கண்கள்!
எதையோ பறிகொடுத்ததுபோல்
பார்வை!
ஏமாற்றம் பல கண்ட
இதயம்போல்! "**
அமர்ந்திருக்க,

நான்
அவரின் தோளில் கை வைத்து,

ஐயா!
தங்களின் சோகத்திற்கான
காரணம் என்ன?

உங்களது உடன்பிறப்பாய் நினைத்து,
நடந்ததை கூறுங்கள்,
சற்று பாரம் குறையும்
என்றேன்.

சிரித்தபடியே,

    " பார்வையே போய் விட்டது;
    இனி பாரம் இருந்தால்
    என்ன?

    அதில் மூழ்கி நான்
    இறந்தால்
    என்ன?

    கேட்பதற்கு நாதியில்லை
    எனக்கு! "
என்றார்.

ஐயா!
தெளிவாய் கூறுங்கள்.
என்ன நடந்தது?

நான் அருகில் உள்ள
ஊரில் வசிக்கிறேன்;
எனக்கு வயது ஐம்பத்து ஒன்று.
எனக்கு திருமணமாகி,
ஏழு வருடம் கழித்து தான்
ஓர் பெண் குழந்தை பிறந்தது.

பிறந்த போதே,
அவள் தாயை இழந்தாள்!

எனக்கு உடன் பிறந்தவர்,
தாய், தந்தை, சொந்தம் என்று
எதுவும் இல்லை!

எனது முழு உலகமே
எனது மகள் தான்!

அவளுக்கு மனநிலை
சிறிது இயல்பாக இராது!

நானும்,

தேடாத மருத்துவர் இல்லை;
ஓடாத ஊர்கள் இல்லை.

அனைவரும் இது, கருவில் வளரும்
போது ஆரோக்கிய குறைபாட்டால்
வந்தது.

குணபடுத்த இயலாது
என்று கைவிரிக்க!

நானோ!

" இயல்பாக தானே சிந்திக்க தெரியாது;
என் இதயம் கலந்த
தங்க மகள்!
உணர்வாக கிடைத்தாளே
என்று மகிழ்ந்தேன் "

அவளுக்கு,
எக்குறையும் இல்லாமல்
பாதுகாப்பாக வளர்த்து வந்தேன்.

அவளின் குறும்புத்தனம் என் இதயத்தை
கொள்ளை கொள்ளும்.

அவள் சிரிப்பினில்,
என்னை மறந்து சிறகாய் பறப்பேன்.

அவளுக்கு
சின்ன வலி ஏற்பட்டாலும்,
என்னோட இதயத்தை பிழிந்து
எடுப்பது போல,வலி எடுக்கும்.

" பூப்போல முகம் கொண்ட
பூஞ்சிலை அவள்;

தேன்போல இனிமைக் குரல் கொண்ட
தேனிசை அவள்! "

அவளைப் பற்றி சொல்ல,
ஒரு நாள் முழுவதும்,
போதாது எனக்கு!

இப்படி,
நாங்கள் இருவரும் அன்பாக,
இனிமையாக வாழ்ந்து வந்தோம்.

அவளுக்கு இப்போது, வயது பதினேழு
பூப்பருவம் கடந்து
விட்டால்,
இருந்தாலும்,
குழந்தைத்தனம் மாறவில்லை!

எங்கள் வீடு ஊருக்கு தொலைவில், அமைந்து
உள்ளது; அங்கு வேறு ஏதும் வீடுகள் இல்லை.
நான் வீட்டின் அருகில் உள்ள ஆலையில்,
வேலை செய்து வந்தேன்.

என் மகளும்,
என்னுடனே இருப்பாள்!

சில நேரங்களில்,
அவள் குறும்புத்தனம் அதிகமாக
இருக்கும்.

உடன் வேலை செய்பவருக்கு
இடையூறு இருக்க கூடாது
என்பதற்காக,

அவளை வீட்டில் வைத்து,
வெளியே பூட்டி விட்டு வருவது
வழக்கம்.

அதேபோல், நேற்றும் அவளின்
குறும்புதனம் அதிகம் ஆனது.

அவளை!
வீட்டினுள் பூட்டி விட்டு,
வேலைக்கு திரும்பினேன்.

நேற்று ஆலையில், நான் மட்டுமே
வேலை செய்து கொண்டிருந்தேன்.
இருப்பினும், அவள் குறும்பு
அதிகமானதால், வீட்டில் விட்டுவிட்டு
வந்தேன்.

வீடு அருகில் என்பதால்,
சின்ன சத்தம் போட்டாலும், கேட்கும்.

திடீரென,
எனது மகளின் கூக்குரல்!
ஐயோ! அப்பா! என்று,

நான்
பதறி ஓடினேன்!
வேகமாய் வீட்டை நோக்கி!

வெளியே பூட்டு உடைபட்டு இருந்தது; கதவை
தள்ளினேன்;
திறக்க முயன்றேன்.

உள்ளே தாழிடப்பட்டு இருந்தது;
திறக்க முடியவில்லை!

வீட்டின் சன்னல் திறந்து இருந்தது,
அது வழியே சென்று பார்த்தேன்.

" இதயம்
நொறுங்கியது!
கை,கால்கள்
நடுங்கியது!
கண்களின் நீரோ ஆறாய்
ஓடியது! "

உள்ளே முப்பது வயதுடைய ஒருவன், எனது
மகளை பிடித்து
இழுக்க!

அவளோ!
அவனை தள்ள முடியாமல் தள்ளி!
ஓட முயன்றால்,

அவன்
அவளை இழுத்து,
வேகமாய் சுவரில் தள்ளினான்.

'தலை சுவரில் மோதி,
பின்தலையில் இரத்தம் வடிய,
சுருண்டு விழுந்தாள்!'

நான்
என்ன செய்வது தெரியாமல்,
கத்தி அழ!

உதவி செய்ய,
ஒருவரும் இல்லை!

நான்
வேகமாய் ஓடினேன்;
ஆலைக்கு!

கதவை உடைக்க!
கடப்பாரை எடுக்க!

நான் ஓடிய சமயத்தில்,
எனது மகளின் சத்தம்
ஓலமாக ஒலித்தது!
அப்பா! அப்பா!!
என்று,

கண்ணீர் மல்க,
நான் ஓடிப் போய்க்
கடப்பாரை எடுத்துத் திரும்பினேன்.

நான் திரும்பும் நேரத்தில்,
எனது மகளின் குரல் ஒடுங்கியது.

"பக் பக் என்று
இதயம் துடிக்க!
பயம் கொண்ட உணர்வு
கண்ணில் தெரிய!
கை, கால்கள் படபடக்க
ஓடினேன்! "

வீட்டை அடைந்தேன்.

சத்தம் இல்லை என்று
சன்னல் வழியாக,
பார்த்தேன்.

"பூவான பூஞ்சிலை
ஆடை கலைந்து;

உடம்பில் நகத்தின்
தடங்கள் பதிந்து;

கண்ணீர் ஆறாய்
கண்ணில் வழிய!

கசங்கிப் போனாள்
என் தங்க மகள்! "

அருகில்,

அரக்கன்
அசந்து சாய்ந்தான்;

" வேகமாய்
கதவை உடைத்த நானோ!
வேகம் கொண்டு,
குத்தினேன் அவனை
கடப்பாரையால்!
அரக்கனின் ஆயுள்
முடியும்வரை! "

எனது தங்க மகளின் ஆடையை சரிசெய்து,
அள்ளி அணைத்தேன்.

அசைவின்றி சரிந்து விழுந்தால்
அவள், என் கைகளில் இருந்து!

அம்மா!
இங்க பாரும்மா!
அப்பாவ பாரும்மா-னு,
நான் அவளை கூப்பிட!

'அவளோட கண்கள் அசையாது,
தரையை பார்த்துச் சாய்ந்தது'

அம்மாமா-னு,
கத்துனேன்!
என்ன தனியா விட்டுட்டு,
போய்ட்டியே-னு கதறுனேன்!

" என்னோட உடலை மட்டும் வைச்சிட்டு,
உயிர பறிச்சுட்டேயே
இறைவா-னு! "

திட்டுனேன்!
நீ எல்லாம் கடவுளா!
கருணை இல்லா கயவன்! என்று,
என்னோட,
பாரம் குறையல!
உங்க கிட்ட,
இதச் சொல்லியா,
என்னோட பாரம்
குறையப் போகுது-னு,

இத்தனையும் சொல்லி,
கேட்க! நான் அவரிடம்,

ஐயா!

" இத்தனை சோகத்திற்கு,
என்னிடம்
வார்த்தை இல்லை!

சோதித்த கடவுளுக்கு
கருணை இல்லை!

வலியே வாழ்க்கையாய்
கொண்ட உமக்கு,
எனது வார்த்தையும் மருந்தாகாது! "

என்று கூறி,

என்னை
மன்னித்து விடுங்கள்!

தங்க மகளின் நினைவை,
மீண்டும் தூண்டியதற்கு,
என்று கூறிவிட்டு,
வெளியே வந்தேன்...

7.கரைந்து போன காலங்கள்!

இவ்வாறாக,
உள்ளம் கலங்கிய உணர்வுகள்

    " எனக்குள் வாட்டியது;
    காலம் கடந்து
    எனக்கு காட்டியது "

நானோ!
ஐம்பது வயது நிரம்பிய கிழவன்.

நான் தேடிச் சேர்த்தப்
பொன்னும்,பொருளும்,
ஏராளம்!

புகழுக்கு பஞ்சமில்லை,
வாழ்த்துக்கு வஞ்சமில்லை ஆனால்,
ஏதும் பயனில்லை!

எனது மனைவியையும்,
ஒரே மகனையும், விபத்தில்
இழந்தேன்.

வானும் இருண்டது;
வாழ்வும் சுருண்டது;

கேட்பவரும் இல்லை;
மீட்பவரும் இல்லை என்னை
துயரில் இருந்து!

தேடிச் சேர்த்த பொன்னும்,
விரும்பிச் சேர்த்த பொருளும்,
சிலையாய் நின்றது.

என்ன பயன்?
என்று எனக்குள் கேட்க!

இனி,

" உயிர் உள்ளவரை உதவி செய் "
என்று மனதும் ஏங்க!

இருந்தவற்றை,
இல்லாத உறவுகளுக்கு அளித்து விட்டு,

வாடி நிற்கும் உறவுகளுக்கு,
வாசகராகவும்;
தோய்ந்து போன உள்ளத்துக்கு,
தோழனாகவும்;

            " வருத்தமே வாழ்க்கையாய்
            கழிக்கும் உருவங்களைத்
            தேடித் திரிகிறேன்
            தினம் தினம்
            நானும்! "

பிண்டமாய்
கரையப் போகும்
உடலுக்குள்,

எத்தனை ஆசை!
எத்தனை ஏக்கம்!
எத்தனை கோபம்!
எத்தனை போட்டி!
எத்தனை பொறாமை!

ஏன் இந்த தீராமை?
சிந்திக்கத் தெரிந்த மானுடம் சிந்தை
இழந்து, சிதறித் திரிகிறது ஆசை
என்னும் இருளில்!

ஆசை தீர்ந்தும் அமைதிக் கொள்ள
மறுத்து, இருளில் மூழ்க இன்பம்
கொள்கிறது மானுட மனம்!

என்று, பிறந்து ஐம்பது வருடம் கழித்து
உணர்ந்தேன் நானும்!...

8.உதித்த எண்ணங்களும் ஒருங்கிணைந்த எழுத்துக்களும்!

நடந்த நிகழ்வுகள்
எல்லாம்,

" சிறு சிறு
நதிப் போல
இணைந்து,
கடலாய் பெருகியது
கண்ணீரால் "
என் உள்ளத்தில்!

இவர்கள் அனைவரும்
என்ன குற்றம் செய்தனர்?

ஏன்?
இவர்களின் வாழ்வில் இத்தனை
சோகம்!

என்று மதியினுள் எழுந்த
கேள்விகளுக்கு,
மனதுக்குள் தோன்றியதோ!

1) கண் இன்றி பிறந்தவரோ
கையேந்த,
அதைக் காண்பவரோ கண்
இழக்க,
கடந்துச் செல்பவர் செவி
இழக்க,
காட்சிகளும் சாட்சியாய்
உடன் நிற்க,
இதைச் சரி செய்பவர்
எவரோ?

2) வயதானதும் வசம்பான (கசப்பான) தாயும்,
ஊட்டி வளர்த்தும் உணர்வில்லாத
உயிரும்,
கூடிச் சேர்த்தும் குறை கூறும்
கூட்டமும்,
நாட்டமில்லாத நங்கையை
உணர்வர் எவரோ?

3) பேச்சில்லாத பேதையும்,
மூச்சில்லாத பாதையும்,
மீட்சியாய் (மீண்டுவர)
தேடுவதை,
தீட்சியாய்(தீட்டு)
திரித்து,
இனம் என்று
இசைத்தவர் எவரோ?

4) செயல்(கை,கால்) இழந்தும்
செயலாக்கி,
வெறுத்தவரை(தாய்,தந்தை) கனவாக்கி,
தொடுத்தவரை(ஆசிரமத்தவர்) உறவாக்கி,
உள்ளத்தில் உறுதி கொண்டு
உவகை கொள்பவரை,
உருவாக்கியவர் எவரோ?

5) பிறப்பிலே இழப்பு
கண்டு,
இருப்பிலே நினைவு
இழந்து,
வளர்ப்பிலே வசந்தம்
கண்டவரை,
வாடி வதங்க
வைத்தவர் எவரோ?

இவ்வாறான கேள்விகள்
மனதுக்குள் கேட்க!

துகளால் ஒன்றிணைந்து,
துரும்பாய் உருவெடுத்து,
புவியில் பிறக்கும் அனைத்து
உயிர்களுக்கும் உலகம் ஒன்றானதே!

இருப்பினும் பிறப்பாலும்,
செயலாலும், மனதாலும்,
மதியாலும்,உறவாலும், எண்ணற்ற
பாகுபாடுகளும், அதனால் எண்ணற்ற
வேறுபாடுகளும்,
தோன்றித் தோன்றி மனிதம் (மனிதநேயம்)
என்பதே மங்கிப் போனது.

" கண் இல்லாதவரைக் கண்டு
கருணை இல்லை!
வயதானோரைக் கண்டு
வசந்தம் இல்லை!

பாதை முழுவதும் பசியின்
கொடுமை!
சாலை நடுவே சாதியின்
பெருமை!

உறுதி கொண்ட உள்ளத்தில்
உவகையின் உற்சாகம்!
மனநிலை இல்லை எனில்
மனம் இல்லாமல்
மரமான மனிதர்களாய்
நாமும்!! "

இவ்வாறான உணர்வுகளும், செயல்களும்
கண்களில் பதிந்து,
உள்ளத்தை வதைத்தது.

பிறப்பால் செயல்திறன் இழப்பதும்,
பிறந்தபின் அதை சமூகத்தில் ஏற்றுக்கொள்ள
மறுப்பதும், வழக்கமான ஒன்றாகிவிட்டது.

கண் பார்வை அற்றவரின் குரல்
வல்லமையும், கவி பாடும் திறனையும்
கேட்காத சமூகம்!

செவி இழந்த மூதாட்டியின் அன்பையும்,
ஏக்கத்தையும் ஏற்றுக்கொள்ளாத சமூகம்!

பேச்சில்லாப் பேதையின் பொறுமையையும்,
உறுதியான உழைப்பையும், கலங்கிய
கனவையும் கண்டு கொள்ளாத சமூகம்!

கால் இழந்தவரின் ஒப்பற்ற ஓவியத்தையும்,
கை இழந்தவரின் திக்கற்ற பேச்சையும்
உணராத சமூகம்!

மனநிலை இழந்து அன்பையும், சிரிப்பையும்
சிகரமாய் அளிப்பதை
சீண்டாத சமூகம்!

" தினம் தினம்
கனம் கனம்
தேடித்
தொலைகிறது பொருள் என்னும்
பொய்யை! "

திறன் கொண்ட திவ்யங்கள் எல்லாம்
தீண்டாமையால் தவிக்க!

முடமான மனிதர்களாய்
கடந்து செல்கிறோம் நாமும், கற்பனை
ஒன்றை தேடி!

" இருள் சூழ்ந்த காட்டில்
கண்களைக் கட்டி
ஓர் பயணம்!

பாலைவனத்தில்
கானல்நீரைக் கண்டு
ஓர் குதுகலம்! "

என்பது போல
சுற்றத்தைக் காணாது,
சூழ்நிலை உணராது,
கானல் நீரான பொருளுக்காக,
சிதைக்கின்றோம் பல உன்னத
உயிர்களையும், அதன் உணர்வுகளையும்.

இவர்களை எல்லாம் உயிர்ப்பிக்க,

'அன்பு எனும் கருவி கொண்டு,
அரவணைப்பு எனும் யுக்தியுடன்,
கருணை நிறைந்த இதயம் கொண்டு
கள்வம் இன்றி கலப்பதே'

இறுதிவரை இன்பமளிக்கும் இசையாகும்.

உதவ மனம் இல்லை எனில்
உணர்வுகளை சிதைக்க வேண்டாம்;

அன்பு காட்ட மனம் இல்லை எனில்,
அடக்கி ஆள எண்ண வேண்டாம்;

பரிவு காட்ட மனம் இல்லை எனில்,
பிரிவு காட்டி வதைக்க வேண்டாம்;

இணங்கி செல்ல மனம் இல்லை எனில்,
இனம் என்று இடிக்க வேண்டாம்;

உறவாட மனம் இல்லை எனில்,
ஒதுங்கிச் செல்வோம்!

உணர்வுள்ள உறவுகள், ஒன்றாகட்டும்!!
தாகத்திற்கு,
நீர் தேடுவது மரபு - ஆனால்
வானத்திற்கு,
நீர் தேடுவது திரிபு!

அதுபோல்,
அளவிற்கு அதிகமாய் நாம்
சேர்க்கும் எந்த ஒரு உயிரற்றப்
பொருளும் நிலைக்கப் போவது
இல்லை என்பதை உணர்ந்து,
செயல்படுவோம் அன்பினைக் கொண்டு
அகிலத்தில்!!

தேடிய பொருள் இருப்பதில்லை;
தேடிய போதுஅது கிடைப்பதில்லை;
தேடும் பொருளும் நிலைப்பதில்லை;

இவை உணர்ந்து
குறையோ, நிறையோ
கூடி இணைவோம்
மனிதம் எனும் மகத்துவத்தால்!!

இவ்வாறு மனம் எடுத்துரைக்க
நானும் மனநிறைவோடு சென்றேன்
மனிதத்தை படித்துரைக்க!!!

- மதுரம்
(சக்திவேல் மாரியப்பன்)
தென்காசி.

நெஞ்சார்ந்த நன்றி

இப்புத்தகத்திற்கு காண்படம் வரைந்து உதவிய எனது சகோதரர் இரா.சுமன் அவர்களுக்கு, எனது நெஞ்சம் கலந்த நன்றியைப் பகிர்ந்து கொள்கிறேன்.

இப்புத்தகத்தை வடிவமைக்க எனக்கு உறுதுணையாக இருந்த எனது சகோதரி வாஹினி ஹரி சிவசுப்ரமணியம் அவர்களுக்கும், எனது உள்ளம் நிறைந்த நன்றியைப் பகிர்ந்து கொள்கிறேன்.

ஆறின் அதீதம் பெயர் விளக்கம்

உடலால்:
1.கண் குறைபாடு
2.காது கேளாமை
3.பேசும் திறன் இழப்பு
4.கைகள் இல்லாமை
5.கால்கள் இழப்பு
6.மனநிலை குன்றியது

உறவால்:
1.தாய்,தந்தை இல்லாமை
2.பெற்றவரை வீதியில் விடுதல்
3.தந்தை இல்லாமை
4.தந்தை, தாயின் வெறுப்பு
5.தாய் இல்லாமை
6.மகன், மனைவி இழப்பு

மனதால்:
1.இழகிய மனம்
2.அழகிய குணம்
3.இனம் தெரியா இதயம்
4.உறுதி கொண்ட உள்ளம்
5.உறவு கொண்ட மனம்
6.பாசத்தின் பரிவு

செயலால்:
1.இயலாமை
2.புறக்கணிப்பு

3.அடக்குமுறை
4.உறுதிகொள்ளுதல்
5.அன்பின் அரவணைப்பு
6.உலகம் உணர்தல்

இவை யாவும் இப்புத்தகத்தில்
வெளிப்படையாகவும், மறைமுகமாகவும்
எடுத்துரைக்கப்பட்ட
எழுச்சிகள்.

www.ingramcontent.com/pod-product-compliance
Lightning Source LLC
Chambersburg PA
CBHW051302160726
47994CB00003B/1279